AF188115

Impressum
Verlag: BABADADA GmbH, Nedderfeld 112 , 22529 Hamburg
Geschäftsführer / Verlagsleitung: Harald Hof
Druck: Books on Demand GmbH, In de Tarpen 42, 22848 Norderstedt

Imprint
Publisher: BABADADA GmbH, Nedderfeld 112 , 22529 Hamburg, Germany
Managing Director / Publishing direction: Harald Hof
Print: Books on Demand GmbH, In de Tarpen 42, 22848 Norderstedt

trường học
school

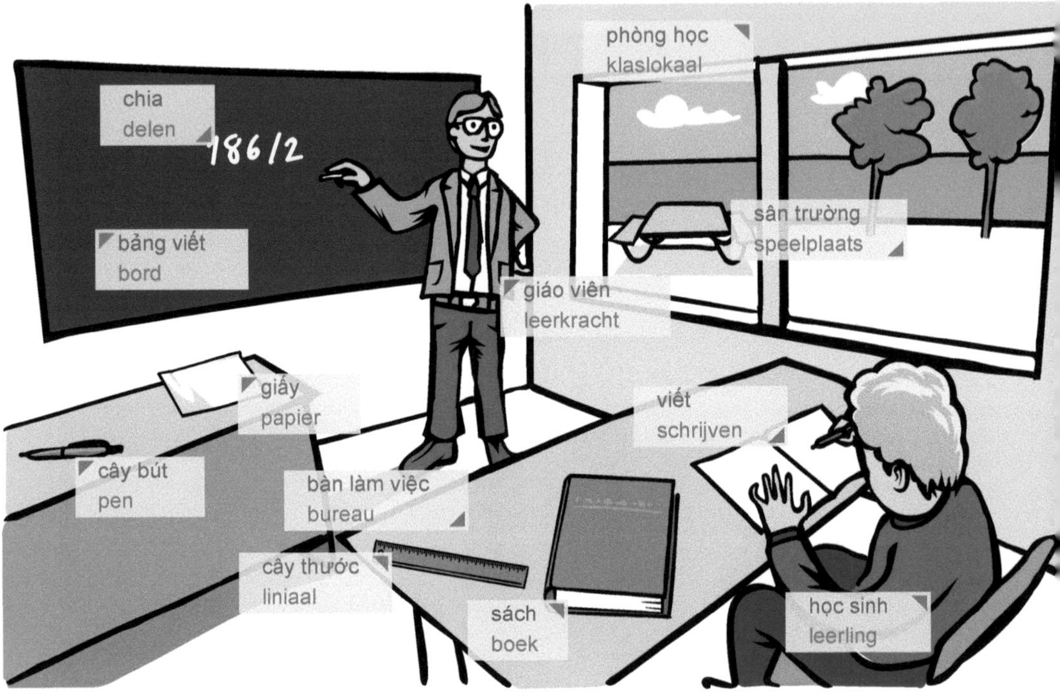

phòng học
klaslokaal
chia
delen
186/2
bảng viết
bord
sân trường
speelplaats
giáo viên
leerkracht
giấy
papier
viết
schrijven
cây bút
pen
bàn làm việc
bureau
cây thước
liniaal
sách
boek
học sinh
leerling

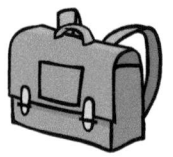

cặp đeo vai học sinh

schooltas

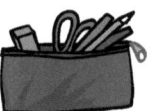

hộp đựng bút

pennenzak

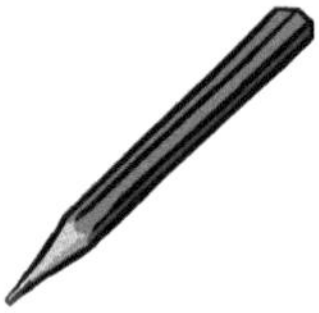

bút chì

potlood

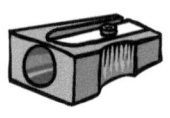

cái gọt bút chì

puntenslijper

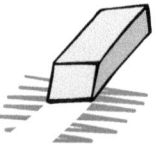

cục tẩy

gom

tập giấy vẽ

tekenblok

bản vẽ

tekening

cọ vẽ

verfborstel

hộp mực vẽ

verfdoos

cây kéo

schaar

keo dán

lijm

sách bài tập

werkboek

bài tập ở nhà

huiswerk

số

nummer

cộng

optellen

trừ

aftrekken

nhân

vermenigvuldigen

tính toán

rekenen

chữ cái

letter

bảng chữ cái

alfabet

từ

woord

văn bản

tekst

đọc

Lezen

phấn viết

krijt

bài học

les

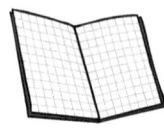

sổ lớp

klassenboek

thi kiểm tra

examen

chứng chỉ

certificaat

đồng phục học sinh

schooluniform

giáo dục

onderwijs

từ điển bách khoa

encyclopedie

đại học

universiteit

kính hiển vi

microscoop

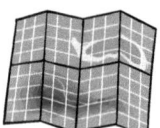

bản đồ

kaart

thùng rác giấy

papiermand

du lịch

reis

Grand
khách sạn
hotel
nhà trọ
jeugdherberg
ROOMS
quầy đổi tiền
wisselkantoor
va li
koffer
xe ô tô
auto

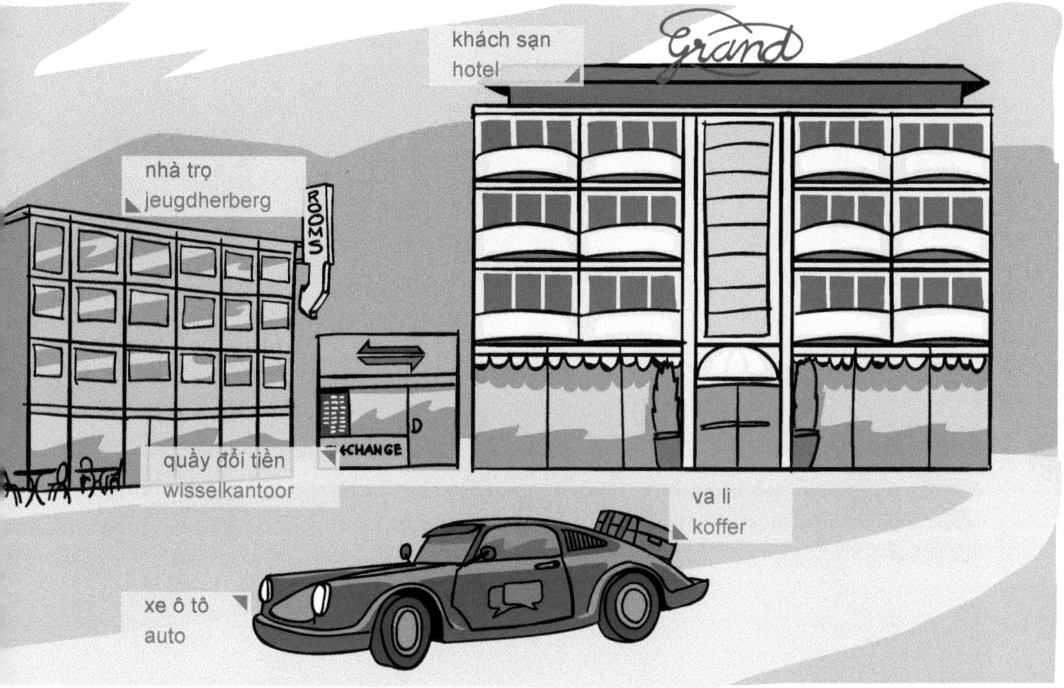

ngôn ngữ

Taal

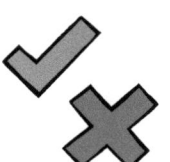

có / không

ja / nee

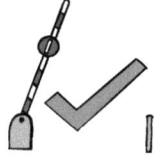

ô kê

oké

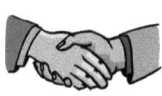

Xin chào

hallo

thông dịch viên

vertaler

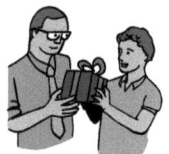

cám ơn

bedankt

... bao nhiêu tiều?

Hoeveel kost ...?

tôi không hiểu

Ik begrijp het niet

vấn đề

probleem

Xin chào! (buổi tối)

Goedenavond!

xin chào! (buổi sáng)

Goedemorgen!

chúc ngủ ngon!

Goedenavond!

tạm biệt

Tot ziens

hướng đi

richting

hành lý

bagage

túi xách

zak

túi ba lô

rugzak

khách

gast

phòng

kamer

túi ngủ

slaapzak

lều

tent

thông tin du lịch

toeristeninformatie

bãi biển

strand

thẻ tín dụng

kredietkaart

ăn sáng

ontbijt

ăn trưa

lunch

ăn tối

avondeten

vé xe

ticket

thang máy

lift

tem bưu điện

postzegel

biên giới

grens

hải quan

douane

đại sứ quán

ambassade

thị thực

visum

hộ chiếu

paspoort

vận chuyển
transport

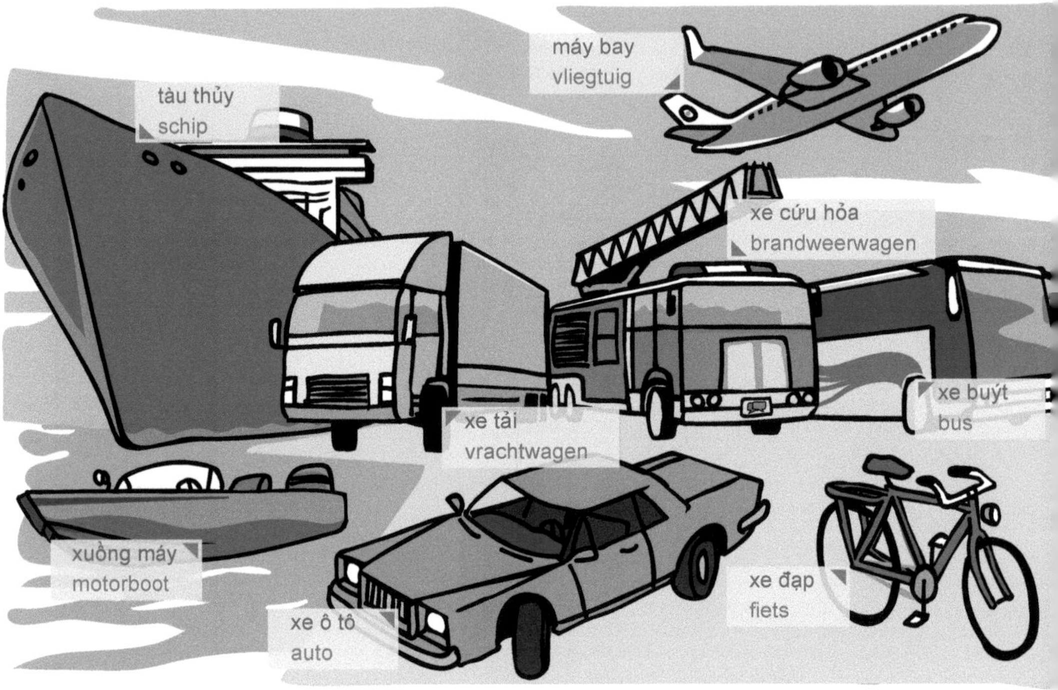
máy bay
vliegtuig
tàu thủy
schip
xe cứu hỏa
brandweerwagen
xe tải
vrachtwagen
xe buýt
bus
xuồng máy
motorboot
xe ô tô
auto
xe đạp
fiets

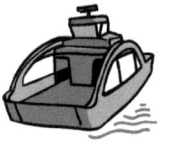

phà

veerboot

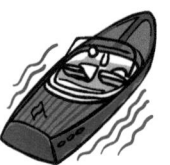

xuồng

boot

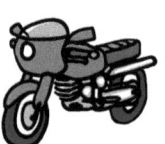

xe máy

motor

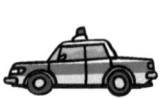

xe cảnh sát

politiewagen

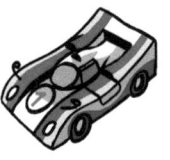

xe đua

racewagen

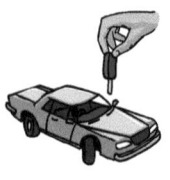

xe cho thuê

huurauto

dịch vụ thuê xe tự lái

carpoolen

xe kéo cứu hộ

sleepwagen

xe rác

vuilniswagen

động cơ

motor

xăng

benzine

trạm xăng

benzinestation

biển báo giao thông

verkeersbord

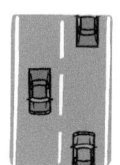

giao thông

verkeer

ách tắc giao thông

file

bãi đậu xe

parkeerplaats

nhà ga

station

đường ray

sporen

xe lửa

trein

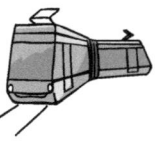

tàu điện

tram

toa xe

wagon

máy bay trực thăng

helikopter

sân bay

luchthaven

tháp

toren

hành khách

passagier

côngtenơ

container

thùng các-tông

karton

xe đẩy

kar

cái giỏ

mand

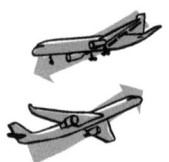

cất cánh / hạ cánh

opstijgen / landen

thành phố

stad

làng

dorp

trung tâm thành phố

stadscentrum

nhà

huis

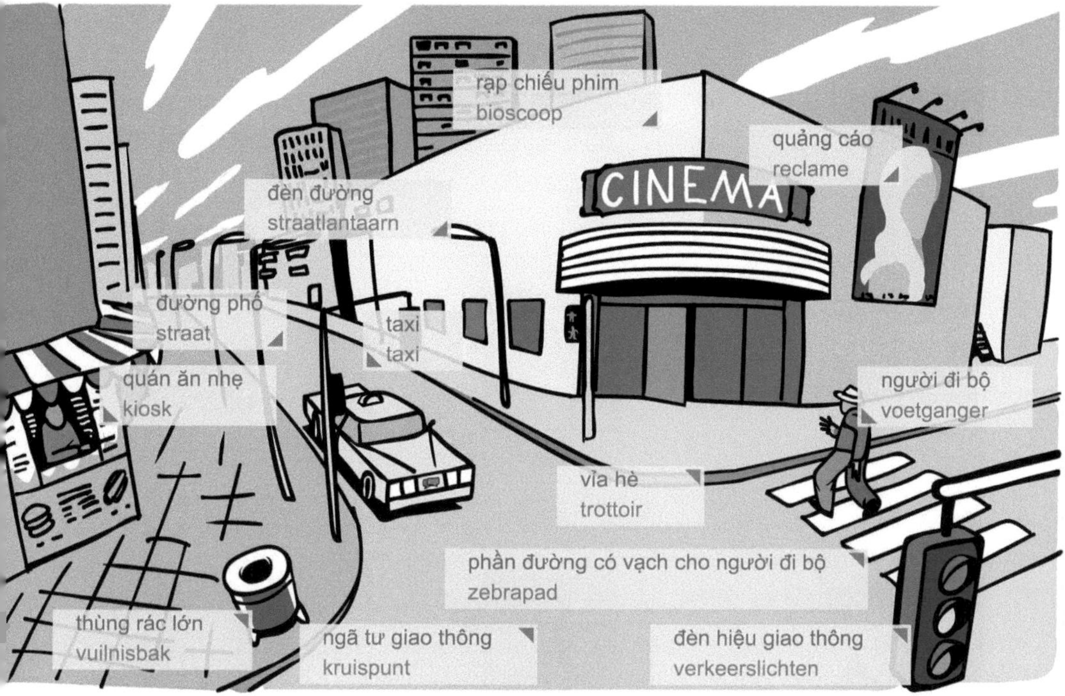

CINEMA
rạp chiếu phim
bioscoop
quảng cáo
reclame
đèn đường
straatlantaarn
đường phố
straat
taxi
taxi
quán ăn nhẹ
kiosk
người đi bộ
voetganger
vỉa hè
trottoir
phần đường có vạch cho người đi bộ
zebrapad
thùng rác lớn
vuilnisbak
ngã tư giao thông
kruispunt
đèn hiệu giao thông
verkeerslichten

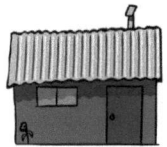

nhà chòi

hut

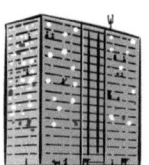

căn hộ

woning

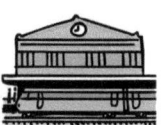

nhà ga

station

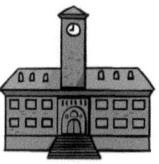

tòa thị chính

stadshuis

MUSEUM

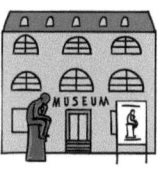

viện bảo tàng

museum

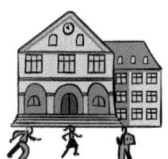

trường học

school

đại học

universiteit

ngân hàng

bank

bệnh viện

ziekenhuis

khách sạn

hotel

hiệu thuốc

apotheek

văn phòng

kantoor

hiệu sách

boekwinkel

cửa hiệu

winkel

cửa hiệu bán hoa

bloemenwinkel

siêu thị

supermarkt

chợ

markt

cửa hàng bách hóa

warenhuis

người bán cá

vishandelaar

trung tâm mua bán

winkelcentrum

bến cảng

haven

công viên

park

ghế băng

bank

cầu

brug

cầu thang

trap

tàu điện ngầm

metro

đường hầm

tunnel

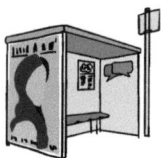

trạm xe buýt

bushalte

quán bar

bar

khách sạn

restaurant

hòm thư công cộng

brievenbus

bảng hiệu đường

straatnaambord

đồng hồ đậu xe

parkeermeter

vườn bách thú

zoo

bể bơi

zwembad

nhà thờ Hồi giáo

moskee

nông trại
boerderij

ô nhiễm môi trường
milieuverontreiniging

nghĩa trang
kerkhof

nhà thờ
kerk

sân chơi
speelplaats

ngôi đền
tempel

phong cảnh
landschap

lá cây
blad

bảng chỉ đường
wegwijzer

lối đi
weg

bãi cỏ
weide

hòn đá
steen

người đi bộ đường dài
wandelaar

cây
boom

sông
rivier

cỏ
gras

bông hoa
bloem

thung lũng

vallei

đồi

heuvel

hồ nước

meer

rừng

bos

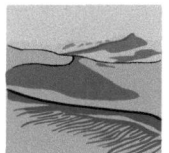

sa mạc

woestijn

núi lửa

vulkaan

lâu đài

kasteel

cầu vồng

regenboog

nấm

paddenstoel

cây cọ

palmboom

con muỗi

mug

con ruồi

vlieg

con kiến

mier

con ong

bijl

con nhện

spin

bọ cánh cứng

kever

con ếch

kikker

con sóc

eekhoorn

con nhím

egel

con thỏ

haas

con cú

uil

con chim

vogel

thiên nga

zwaan

heo rừng

wild zwijn

con hươu

hert

nai sừng tấm

eland

đê

dam

tuabin gió

windturbine

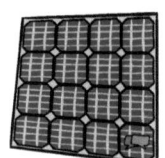

tấm năng lượng mặt trời

zonnepaneel

khí hậu

klimaat

khách sạn
restaurant

bồi bàn
ober
thực đơn
menu
ghế
stoel
súp
soep
bánh pizza
pizza
khăn trải bàn
tafelkleed
bộ dao nĩa ăn
bestek

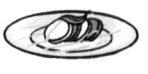

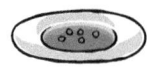

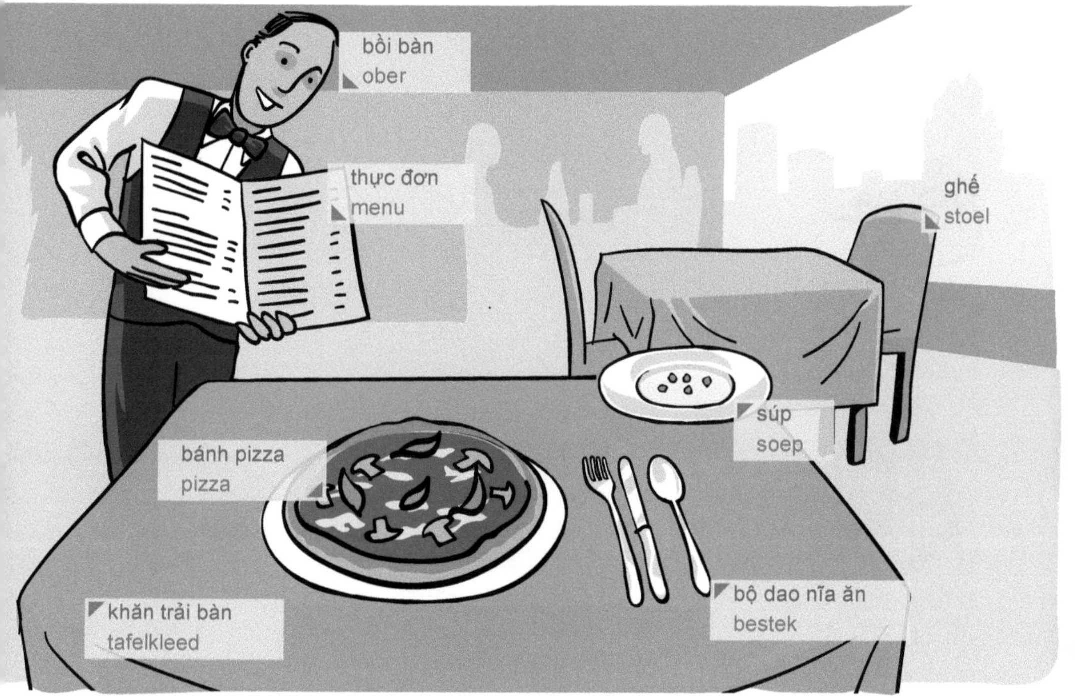

món ăn khai vị
voorgerecht

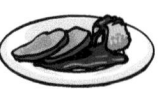

món ăn chính
hoofdgerecht

món tráng miệng
nagerecht

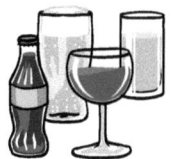

thức uống
drankjes

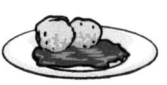

thức ăn
eten

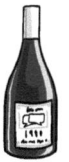

cái chai
fles

thức ăn nhanh

fastfood

thức ăn đường phố

street food

ấm trà

theepot

hộp đường

suikerpot

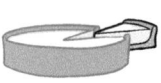

khẩu phần

portie

máy pha espresso

espressomachine

ghế cao

kinderstoel

hóa đơn

rekening

khay

dienblad

dao

mes

nĩa

vork

thìa

lepel

thìa uống trà

theelepel

khăn ăn

serviette

cốc thủy tinh

glas

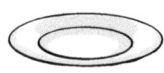

đĩa
bord

đĩa súp
soepbord

đĩa lót cốc
schoteltje

nước sốt
saus

lọ muối
zoutvatje

cái xay tiêu
pepermolen

giấm
azijn

dầu
olie

gia vị
kruiden

nước xốt cà chua
ketchup

tương hạt cải
mosterd

nước sốt mayonnaise
mayonaise

siêu thị

supermarkt

chào giá đặc biệt
aanbieding
FOR
khách hàng
klant
sản phẩm từ sữa
zuivelproducten
trái cây
fruit
xe đẩy mua sắm
winkelwagen

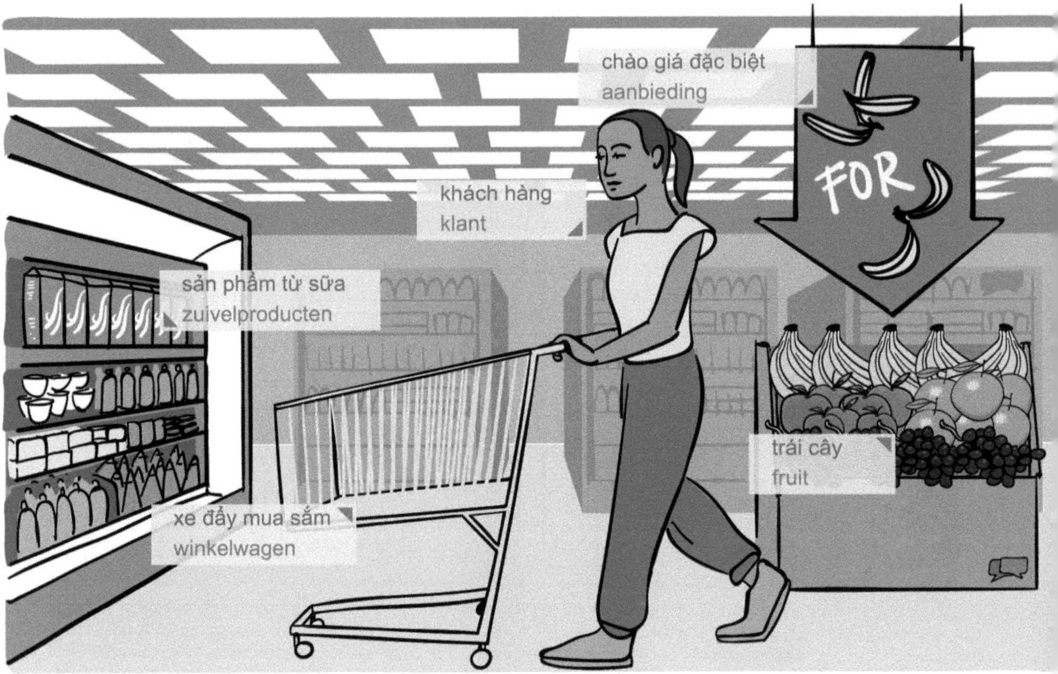

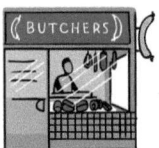

BUTCHERS

lò mổ

slagerij

BAKERY

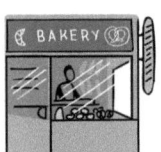

cửa hiệu bán bánh mì

bakkerij

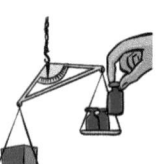

cân nặng

wegen

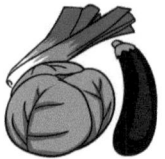

rau quả

groenten

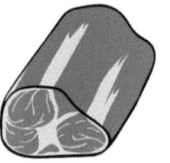

thịt

vlees

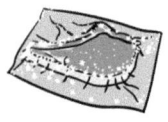

thức ăn đông lạnh

diepvriesvoedsel

lát thịt nguội

charcuterie

đồ hộp

conserven

bột giặt

waspoeder

đồ ngọt

snoep

sản phẩm dùng trong gia đình

huishoudproducten

chất tẩy rửa

schoonmaakproducten

người bán hàng

verkoopster

quầy trả tiền

kassa

nhân viên thu ngân

kassier

danh sách mua sắm

boodschappenlijstje

giờ mở cửa

openingstijden

ví tiền

portefeuille

thẻ tín dụng

kredietkaart

túi đeo

tas

túi ny lông

plastieken zakje

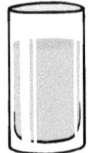

nước

water

nước quả ép

sap

sữa

melk

coca-cola

cola

rượu vang

wijn

bia

bier

cồn

alcohol

cacao

cacao

trà

thee

cà phê

koffie

espresso

espresso

cappuccino

cappuccino

chuối

banaan

quả táo

appel

quả cam

sinaasappel

dưa hấu

meloen

chanh

citroen

cà rốt

wortel

tỏi

knoflook

tre

bamboe

củ hành

ajuin

nấm

champignon

hạt dẻ

noten

mì

noodles

mì spaghetti

spaghetti

cơm

rijst

xà lách

salade

khoai tây chiên

frieten

khoai tây chiên

gebakken aardappelen

bánh pizza

pizza

bánh hamburger

hamburger

bánh mì sandwich

sandwich

thịt côtlet

kalfslapje

thịt giăm bông

ham

xúc xích

salami

dồi

worst

gà

kip

rán

braden

cá

vis

thức ăn - eten

cháo yến mạch

havervlokken

cháo muesli

muesli

bánh bột ngô nướng

cornflakes

bột mì

bloem

bánh sừng bò

croissant

bánh mì

pistolet

bánh mì

brood

bánh mì nướng

toast

bánh bích quy

koekjes

bơ

boter

sữa đông

kwark

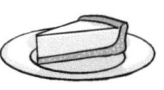

bánh ngọt

taart

trứng

ei

trứng rán

spiegelei

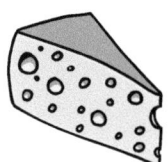

pho mát

kaas

kem

ijs

đường

suiker

mật ong

honing

mứt

confituur

kem nougat

choco

cà ri

curry

nông trại
boerderij

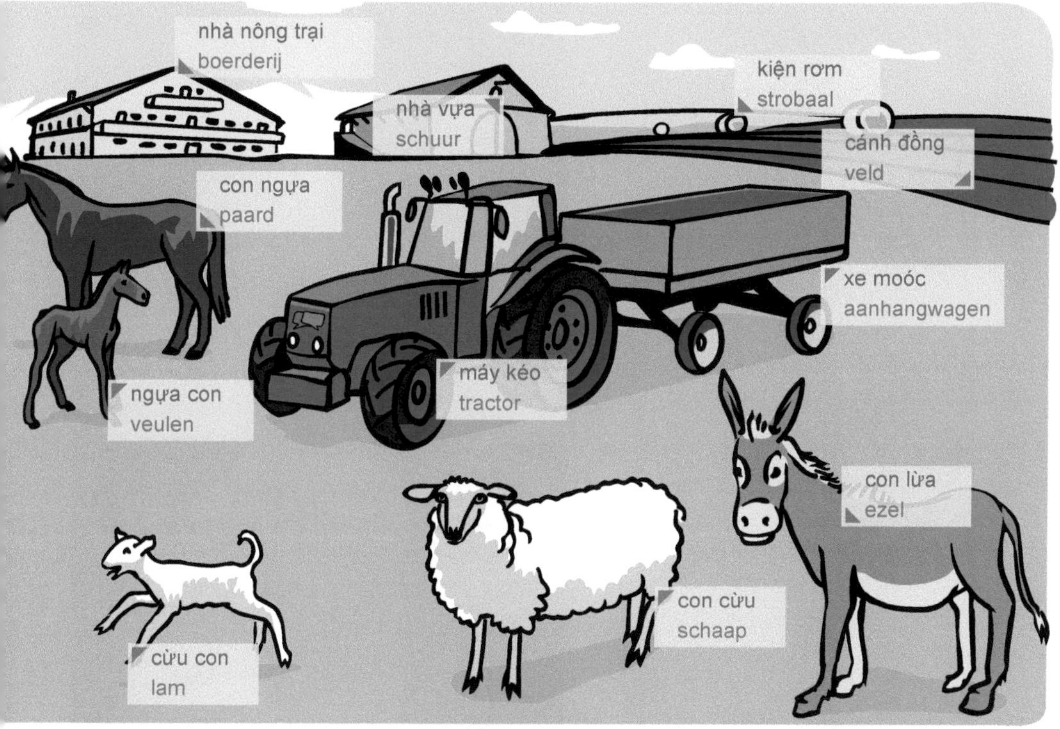
nhà nông trại
boerderij
nhà vựa
schuur
kiện rơm
strobaal
cánh đồng
veld
con ngựa
paard
xe moóc
aanhangwagen
ngựa con
veulen
máy kéo
tractor
con lừa
ezel
con cừu
schaap
cừu con
lam

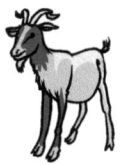

con dê

geit

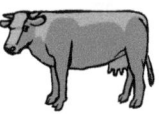

con bò

koe

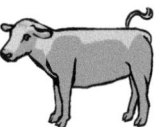

con bê

kalf

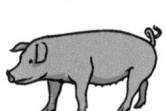

con lợn

varken

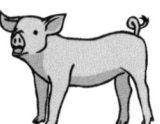

lợn con

biggetje

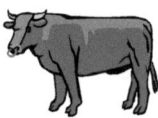

bò đực

stier

con ngỗng

gans

con vịt

eend

gà con

kuiken

gà mái

kip

gà trống

haan

con chuột

rat

mèo

kat

chuột nhắt

muis

bò đực

os

con chó

hond

nhà chuồng chó

hondenhok

ống tưới vườn cây

tuinslang

thùng tưới cây

gieter

lưỡi hái

zeis

cái cày

ploeg

cái liềm

sikkel

cái cuốc

schoffel

cái chĩa

hooivork

cái rìu

bijl

xe cút kít

kruiwagen

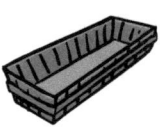

máng ăn

trog

lọ sữa

melkkan

bao tải

zak

hàng rào

hek

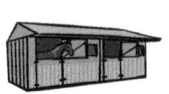

chuồng

stal

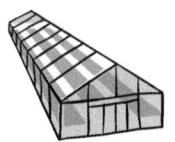

nhà kính trồng cây

broeikas

đất trồng

bodem

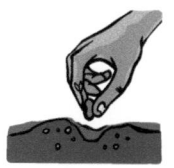

hạt giống

zaad

phân bón

mest

máy gặt đập liên hợp

maaidorser

thu hoạch

oogsten

mùa thu hoạch

oogst

khoai lang

yam

lúa mì

tarwe

đậu nành

soja

khoai tây

aardappel

ngô

maïs

hạt cải dầu

koolzaad

cây ăn trái

fruitboom

sắn

maniok

ngũ cốc

graan

nhà
huis

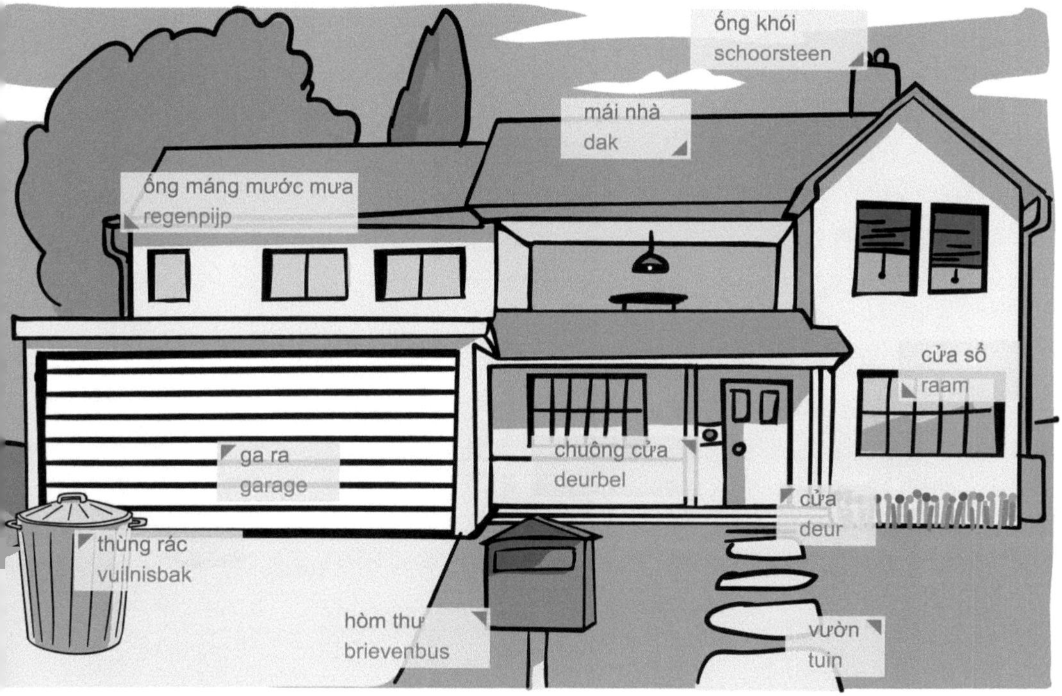

ống khói
schoorsteen
mái nhà
dak
ống máng mước mưa
regenpijp
cửa sổ
raam
ga ra
garage
chuông cửa
deurbel
cửa
deur
thùng rác
vuilnisbak
hòm thư
brievenbus
vườn
tuin

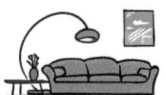

phòng khách

woonkamer

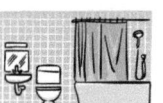

phòng tắm

badkamer

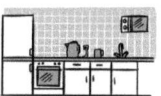

bếp

keuken

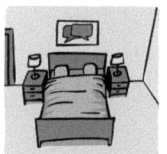

phòng ngủ

slaapkamer

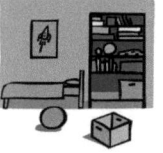

phòng trẻ em

kinderkamer

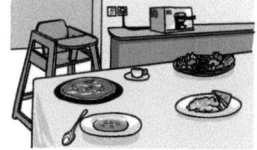

phòng ăn

eetkamer

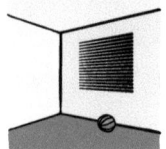

nền nhà

vloer

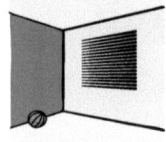

tường

muur

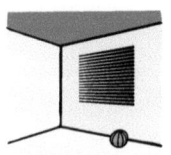

trần nhà

plafond

tầng hầm

kelder

tắm hơi

sauna

ban công

balkon

sân hiên

terras

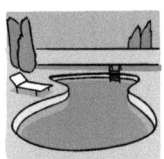

bể bơi

zwembad

máy cắt cỏ

grasmaaier

khăn trải giường

dekbedovertrek

khăn trải giường

dekbed

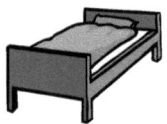

giường

bed

chổi

bezem

cái xô

emmer

công tắc điện

schakelaar

phòng khách

woonkamer

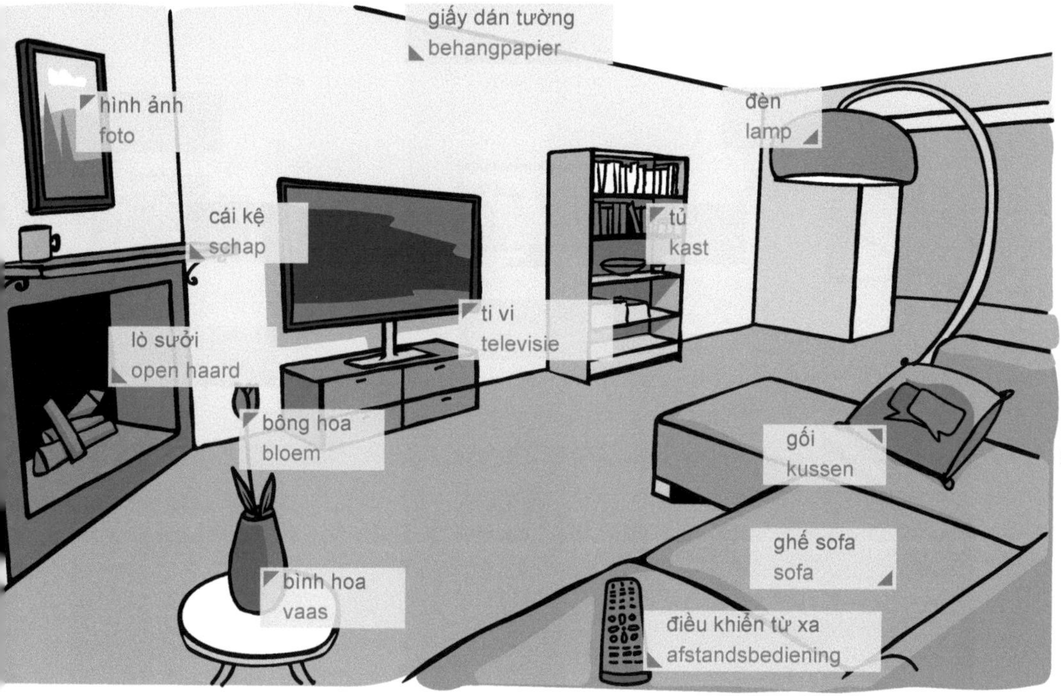

giấy dán tường
behangpapier
hình ảnh
foto
đèn
lamp
cái kệ
schap
tủ
kast
ti vi
televisie
lò sưởi
open haard
bông hoa
bloem
gối
kussen
ghế sofa
sofa
bình hoa
vaas
điều khiển từ xa
afstandsbediening

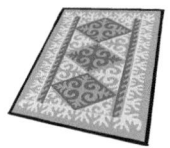

thảm

mat

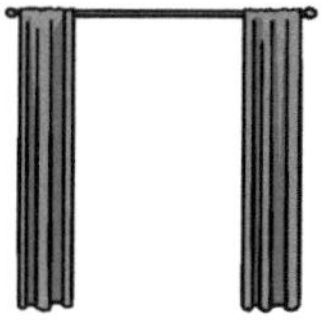

rèm

gordijn

cái bàn

tafel

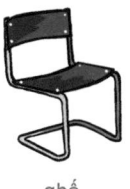

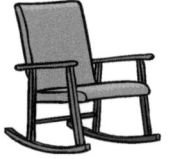

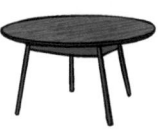

ghế

stoel

ghế bập bênh

schommelstoel

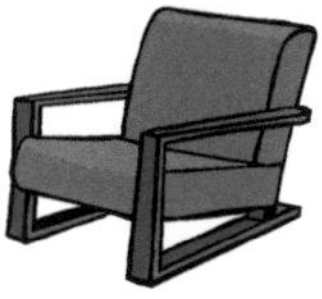

ghế bành

fauteuil

sách

boek

cái chăn

deken

đồ trang trí

decoratie

củi

brandhout

phim

film

máy hi-fi

stereo-installatie

chìa khóa

sleutel

báo

krant

bức tranh

schilderij

áp phích

poster

radio

radio

sổ ghi chép

notitieboekje

máy hút bụi

stofzuiger

cây xương rồng

cactus

cây nến

kaars

bếp

keuken

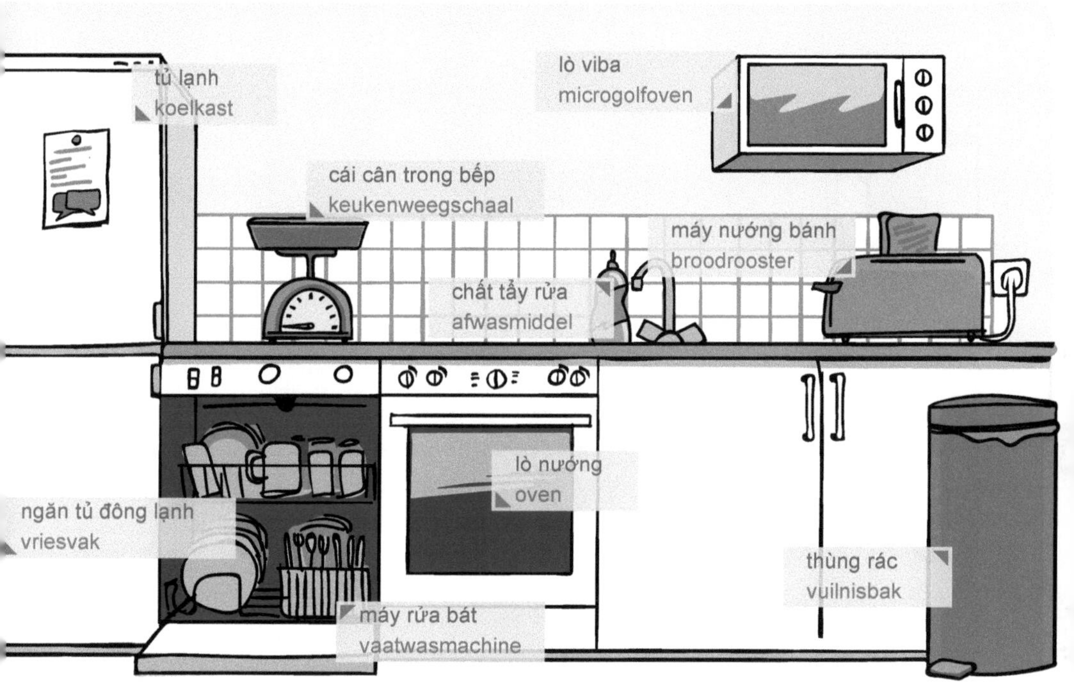
tủ lạnh
koelkast
lò viba
microgolfoven
cái cân trong bếp
keukenweegschaal
máy nướng bánh
broodrooster
chất tẩy rửa
afwasmiddel
lò nướng
oven
ngăn tủ đông lạnh
vriesvak
thùng rác
vuilnisbak
máy rửa bát
vaatwasmachine

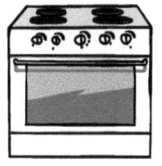

lò nấu

fornuis

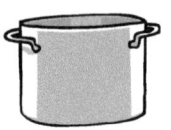

nồi

pot

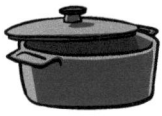

nồi sắt

gietijzeren pot

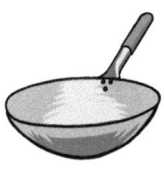

chảo

wok / kadai

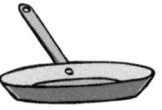

chảo

pan

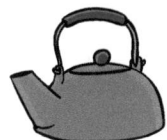

ấm đun nước

waterkoker

nồi đun hơi

stoomkoker

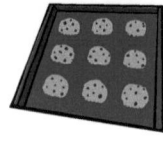

khay lò nướng

bakplaat

bát đĩa

servies

cốc

mok

cái bát

kom

đũa

eetstokjes

cái vá

pollepel

bàn xẻng

spatel

que đánh kem

garde

rây dùng trong bếp

vergiet

cái rây lọc

zeef

cái nạo

rasp

vữa

mortier

vỉ nướng

barbecue

ngọn lửa trần

haardvuur

cái thớt

snijplank

trục cán bột

deegrol

cái mở nút chai

kurkentrekker

vỏ đồ hộp

blik

cái mở vỏ đồ hộp

blikopener

miếng nhấc nồi

pannenlap

bồn rửa bát

gootsteen

bàn chải

borstel

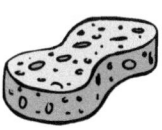

miếng xốp

spons

máy xay

blender

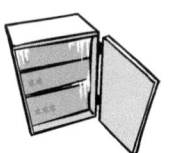

tủ đông lạnh

vriezer

bình sữa cho trẻ sơ sinh

papfles

vòi nước

kraan

phòng tắm

badkamer

lò sưởi
verwarming
khăn lau
handdoek
vòi hoa sen
douche
rèm che ngăn tắm
douchegordijn
tắm bọt
bubbelbad
bồn tắm
badkuip
cốc thủy tinh
glas
máy giặt
wasmachine
vòi nước
kraan
gạch lát
tegels
cái bô
kinderpo
bồn rửa bát
gootsteen

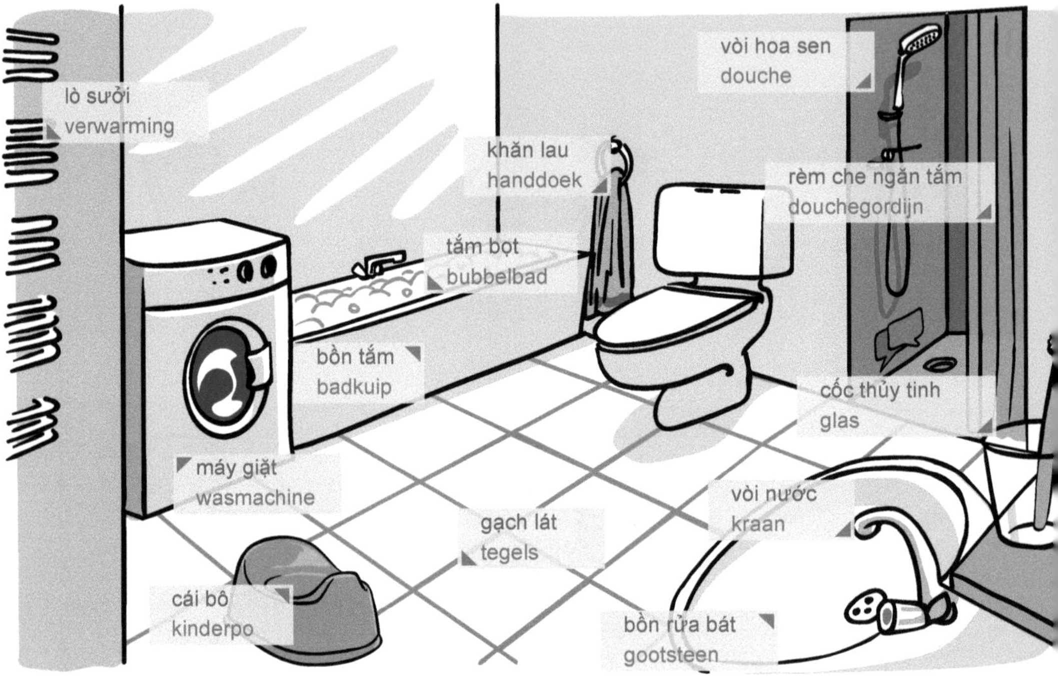

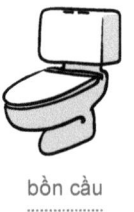

bồn cầu

toilet

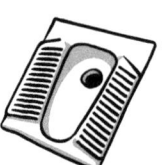

bồn cầu ngồi xổm

hurktoilet

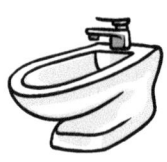

bồn rửa hậu môn

bidet

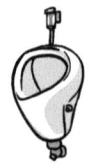

bồn tiểu tiện

urinoir

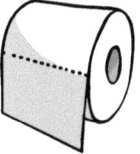

giấy vệ sinh

toiletpapier

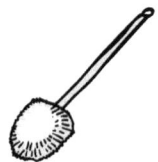

bàn chải cọ bồn cầu

toiletborstel

bàn chải đánh răng

tandenborstel

kem đánh răng

tandpasta

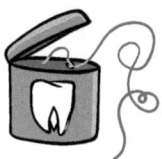

chỉ nha khoa

flosdraad

rửa

wassen

vòi sen cầm tay

handdouche

vòi rửa hậu môn

bidethanddouche

bồn rửa

waskom

bàn chải cọ lưng

rugborstel

xà phòng

zeep

sữa tắm

douchegel

dầu gội

shampoo

khăn cọ để tắm

washandje

lỗ thoát nước

afvoer

kem

crème

chất khử mùi

deodorant

gương

spiegel

gương tay

handspiegel

dao cạo râu

scheermes

kem cạo râu

scheerschuim

nước thơm dùng sau khi cạo râu

aftershave

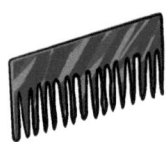

cái lược

kam

bàn chải

borstel

máy xấy tóc

haardroger

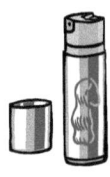

keo xịt tóc

haarlak

đồ trang điểm

make-up

thỏi son môi

lippenstift

sơn bôi móng

nagellak

bông

watten

kéo cắt móng

nagelknipper

nước hoa

parfum

túi đựng đồ tắm

toilettas

ghế đầu

kruk

cái cân

weegschaal

áo choàng tắm

badjas

găng tay làm vệ sinh

latex handschoenen

nút gạc

tampon

băng vệ sinh

maandverband

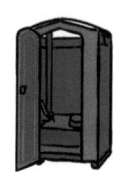

nhà vệ sinh hóa chất

chemisch toilet

phòng trẻ em
kinderkamer

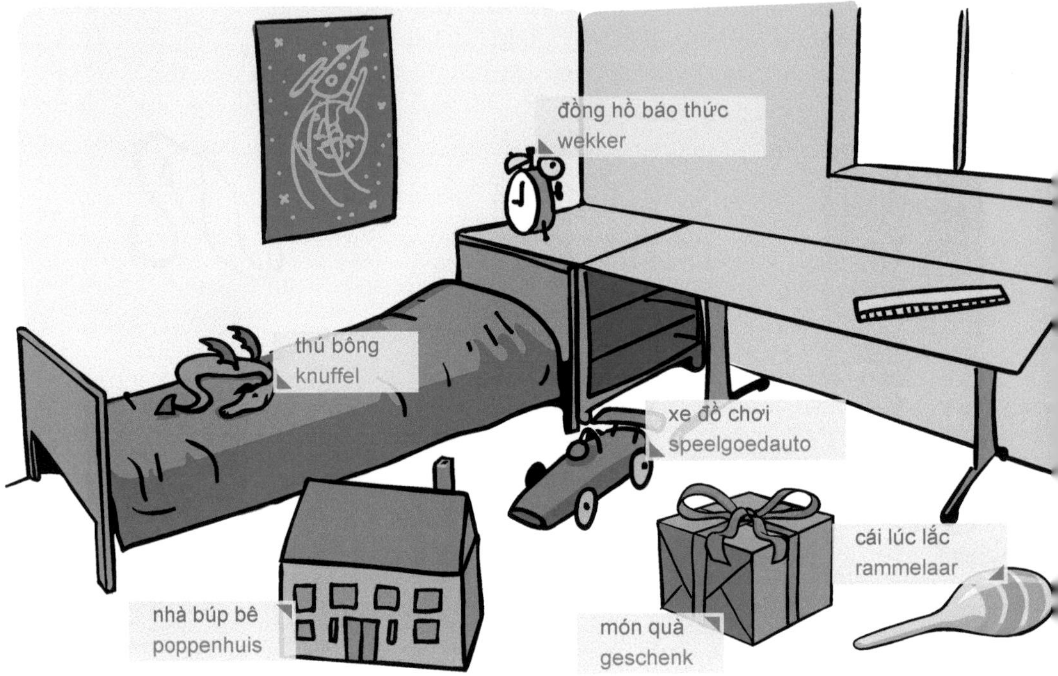

đồng hồ báo thức
wekker
thú bông
knuffel
xe đồ chơi
speelgoedauto
cái lúc lắc
rammelaar
nhà búp bê
poppenhuis
món quà
geschenk

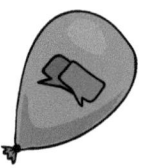

bong bóng

ballon

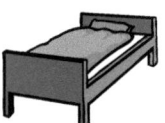

giường

bed

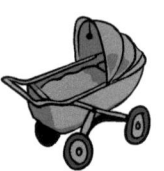

xe nôi

kinderwagen

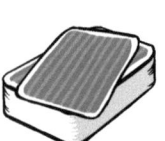

trò chơi bài

spel kaarten

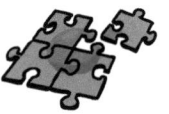

trò chơi ghép hình

puzzel

SUPER
MEGA

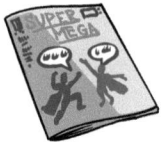

truyện tranh

stripboek

gạch Lego

legoblokjes

khối xếp hình

blokken

nhân vật hành động

actiefiguur

o liền quần cho trẻ sơ sinh

kruippakje

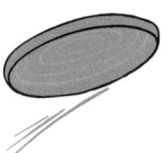

đĩa nhựa để ném

frisbee

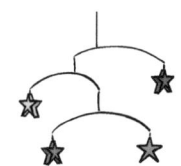

đồ chơi treo trên giường

mobiel

trò chơi cờ bàn

bordspel

xúc xắc

dobbelsteen

đồ chơi xe lửa mô hình

modelspoorweg

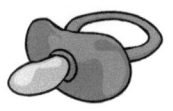

ti giả

fopspeen

buổi tiệc

feest

sách tranh

prentenboek

quả bóng

bal

búp bê

pop

chơi

spelen

hố cát

zandbak

cái đu

schommel

đồ chơi

speelgoed

máy chơi game cầm tay

spelconsole

xe ba bánh

driewieler

gấu bông

knuffelbeer

tủ quần áo

kleerkast

y phục
kleding

bít tất

sokken

bít tất dài

kousen

quần tất

maillot

khăn choàng cổ
sjaal

ô che mưa
paraplu

áp phông
T-shirt

dây thắt lưng
iem

ủng
laarzen

dép đi trong nhà
slippers

giày sneaker
sneakers

dép xăng đan
sandalen

giày
schoenen

ủng cao su
rubberlaarzen

quần lót
onderbroek

áo ngực
beha

áo vest
onderhemd

áo ôm sát cơ thể

lichaam

quần dài

broek

quần bò

jeans

váy

rok

áo cánh

blouse

áo sơ mi

hemd

áo len chui đầu

trui

áo len

capuchontrui

áo blazer

blazer

áo jacket

jas

áo khoác

jas

áo mưa

regenjas

trang phục

kostuum

áo váy

jurk

áo cưới

trouwjurk

bộ com lê

pak

áo ngủ

nachthemd

pijama

pyjama

trang phục sari

sari

khăn trùm đầu

hoofddoek

khăn đội đầu

tulband

áo burka

boerka

áo captan

kaftan

áo aba

abaya

quần áo bơi

badpak

quần bơi

zwembroek

quần đùi

short

quần áo tracksuit

trainingspak

tạp dề

schort

găng tay

handschoenen

cái cúc

knoop

kính mắt

bril

vòng đeo tay

armband

vòng cổ

ketting

nhẫn

ring

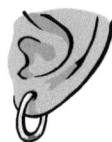

hoa tai

oorbel

mũ lưỡi trai

pet

cái mắc treo áo quần

kapstok

mũ

hoed

cà vạt

das

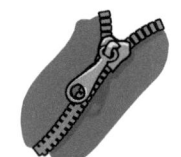

dây kéo phéc mơ tuya

rits

mũ bảo hiểm

helm

dây đeo quần

bretellen

đồng phục học sinh

schooluniform

đồng phục

uniform

yếm trẻ em
slabbetje

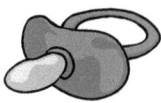

ti giả
fopspeen

tã lót
luier

văn phòng
kantoor

máy chủ
server

tủ hồ sơ
dossierkast

máy in
printer

giấy
papier

màn hình
monitor

bàn làm việc
bureau

chuột máy tính
muis

thư mục
map

bàn phím
toestenbord

thùng rác giấy
papiermand

máy tính
computer

ghế
stoel

cốc cà phê
koffiemok

máy tính bỏ túi
rekenmachine

internet
internet

laptop

laptop

thư

brief

tin nhắn

bericht

điện thoại di động

gsm

mạng

netwerk

máy photocopy

kopieerapparaat

phần mềm

software

điện thoại

telefoon

ổ cắm điện

stopcontact

máy fax

fax

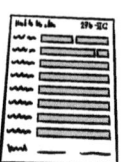

mẫu đơn

formulier

chứng từ

document

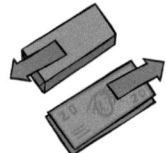

mua
....
kopen

trả tiền
....
betalen

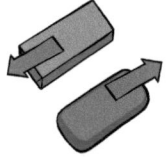

buôn bán
....
handelen

tiền
....
geld

đô la
....
dollar

Euro
....
euro

yên
....
yen

rúp
....
roebel

franc Thụy Sĩ
....
Zwitserse frank

nhân dân tệ
....
Chinese renminbi

rupi
....
roepie

máy rút tiền tự động
....
geldautomaat

quầy đổi tiền

wisselkantoor

vàng

goud

bạc

zilver

dầu

olie

năng lượng

energie

giá tiền

prijs

hợp đồng

contract

thuế

belasting

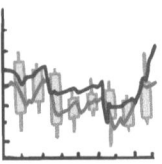

cổ phiếu

aandeel

làm việc

werken

nhân viên

werknemer

chủ lao động

werkgever

nhà máy

fabriek

cửa hiệu

winkel

nghề nghiệp
beroepen

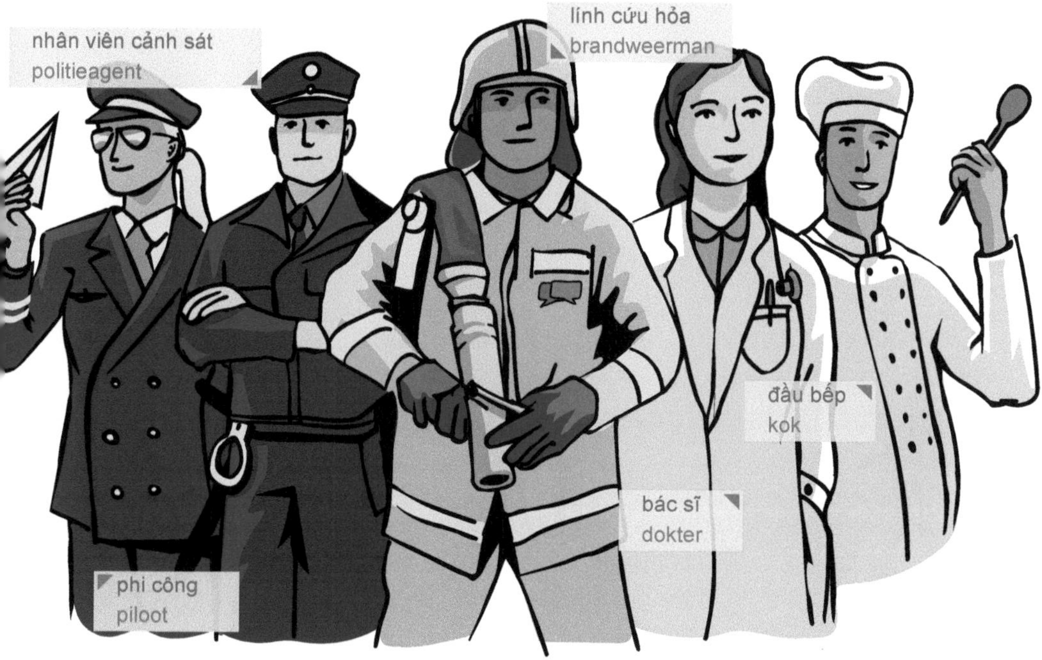

nhân viên cảnh sát
politieagent
lính cứu hỏa
brandweerman
đầu bếp
kok
bác sĩ
dokter
phi công
piloot

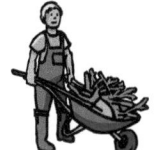

người làm vườn

tuinman

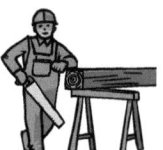

thợ mộc

timmerman

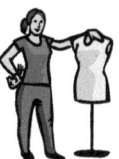

thợ may

naaister

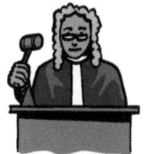

chánh án

rechter

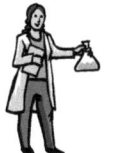

nhà hóa học

chemicus

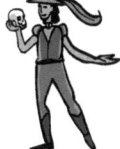

diễn viên

acteur

tài xế xe buýt

buschauffeur

người lái taxi

taxichauffeur

ngư dân

visser

người lau dọn vệ sinh

schoonmaakster

thợ lợp mái nhà

dakdekker

bồi bàn

ober

thợ săn

jager

họa sĩ

schilder

thợ làm bánh

bakker

thợ điện

elektricien

thợ xây dựng

bouwvakker

kỹ sư

ingenieur

người hàng thịt

slager

thợ sửa ống nước

loodgieter

người đưa thư

postbode

người lính

soldaat

kiến trúc sư

architect

nhân viên thu ngân

kassier

người bán hoa

bloemist

thợ cắt tóc

kapper

nhân viên soát vé

conducteur

thợ cơ khí

mecanicien

thuyền trưởng

kapitein

nha sĩ

tandarts

nhà khoa học

wetenschapper

giáo sĩ Do thái

rabbijn

lãnh tụ Hồi giáo

imam

nhà sư

monnik

mục sư

geestelijke

dụng cụ
werktuigen

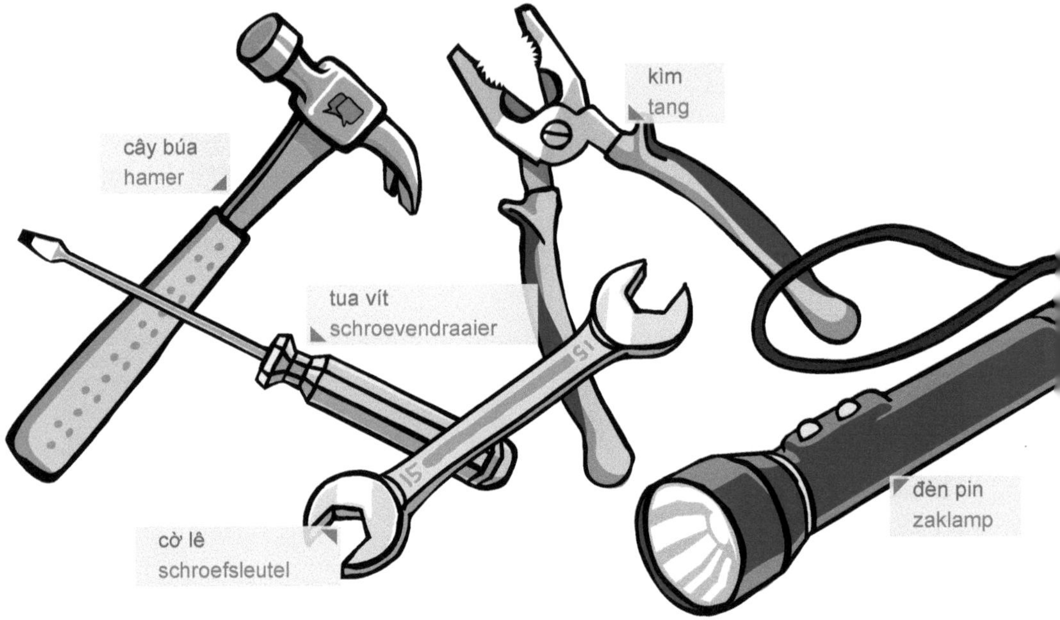
cây búa
hamer
kìm
tang
tua vít
schroevendraaier
đèn pin
zaklamp
cờ lê
schroefsleutel

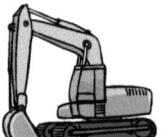

máy xúc đất

graafmachine

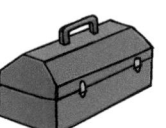

hộp dụng cụ

gereedschapskoffer

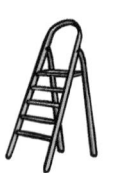

cái thang

ladder

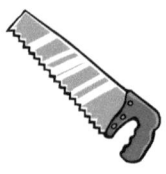

cưa

zaag

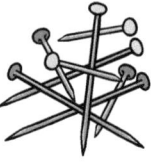

đinh

spijkers

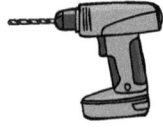

máy khoan

boormachine

sửa chữa
repareren

cái xẻng
schop

khốn nạn!
Verdomme!

cái hót rác
blik

thùng sơn
verfpot

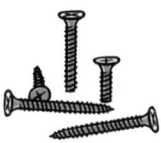

vít
schroeven

nhạc cụ
muziekinstrumenten

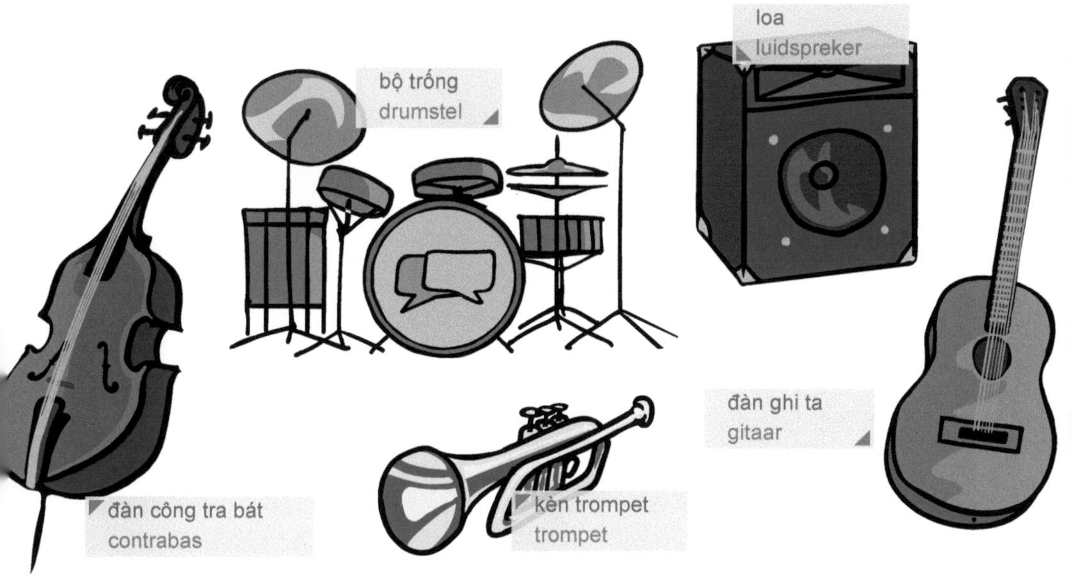

bộ trống
drumstel

loa
luidspreker

đàn công tra bát
contrabas

kèn trompet
trompet

đàn ghi ta
gitaar

đàn piano

piano

đàn vĩ cầm

viool

ghi ta bass

basgitaar

trống định âm

pauk

trống

trommels

đàn organ

keyboard

kèn Saxophone

saxofoon

sáo

fluit

micro

microfoon

vườn bách thú

zoo

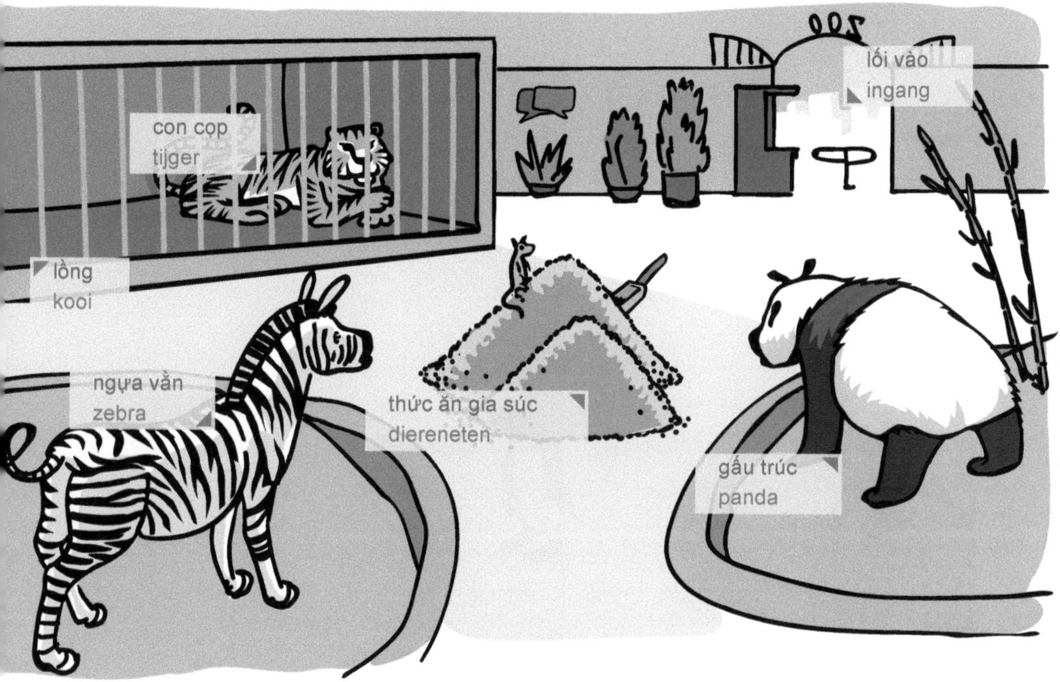

con cọp
tijger
lối vào
ingang
lồng
kooi
ngựa vằn
zebra
thức ăn gia súc
diereneten
gấu trúc
panda

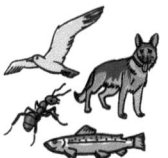

động vật

dieren

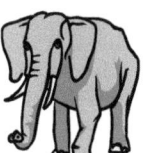

con voi

olifant

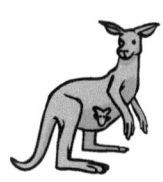

chuột túi

kangoeroe

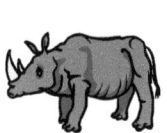

tê giác

neushoorn

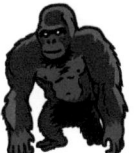

khỉ đột

gorilla

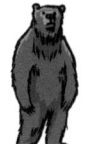

con gấu

beer

lạc đà
kameel

đà điểu
struisvogel

sư tử
leeuw

con khỉ
aap

hồng hạc
flamingo

con vẹt
papegaai

gấu bắc cực
ijsbeer

chim cánh cụt
pinguïn

cá mập
haai

con công
pauw

con rắn
slang

cá sấu
krokodil

người trông giữ vườn bách
thú
dierenverzorger

hải cẩu
zeehond

báo đốm
jaguar

ngựa lùn

pony

con báo

luipaard

hà mã

nijlpaard

hươu cao cổ

giraffe

đại bàng

adelaar

heo rừng

wild zwijn

cá

vis

con rùa

zeeschildpad

hải mã

walrus

con cáo

vos

linh dương

gazelle

bóng bầu dục Mỹ
rugby

đua xe đạp
wielrennen

quần vợt
tennis

bóng rổ
basketbal

bơi
zwemmen

đấm bốc
boksen

khúc côn cầu trên băng
ijshockey

bóng đá
voetbal

cầu lông
badminton

điền kinh
atletiek

bóng ném
handbal

trượt tuyết
skiën

polo
polo

cười
lachen

nhảy
springen

ôm
knuffelen

đi bộ
wandelen

ca hát
zingen

mơ
dromen

cầu nguyện
bidden

hôn
kussen

viết
schrijven

vẽ
tekenen

chỉ trỏ
tonen

đẩy
duwen

cho
geven

lấy đi
nemen

có

hebben

làm

doen

thì / là

zijn

đứng

staan

chạy

lopen

kéo

trekken

ném

gooien

rơi

vallen

nằm

liggen

chờ đợi

wachten

mang vác

dragen

ngồi

zitten

mặc quần áo

aankleden

ngủ

slapen

thức dậy

ontwaken

các hoạt động - activiteiten

xem

kijken naar

khóc

wenen

vuốt ve

aaien

chải

kammen

nói chuyện

praten

hiểu

begrijpen

câu hỏi

vragen

nghe

luisteren

uống

drinken

ăn

eten

dọn dẹp

opruimen

yêu

houden van

nấu nướng

koken

lái xe

rijden

bay

vliegen

đi thuyền buồm

zeilen

tính toán

rekenen

đọc

Lezen

học

leren

làm việc

werken

cưới

trouwen

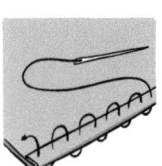

khâu vá

naaien

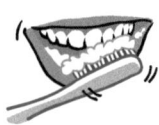

đánh răng

tandenpoetsen

giết

doden

hút thuốc

roken

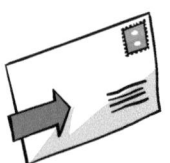

gửi đi

sturen

gia đình
familie

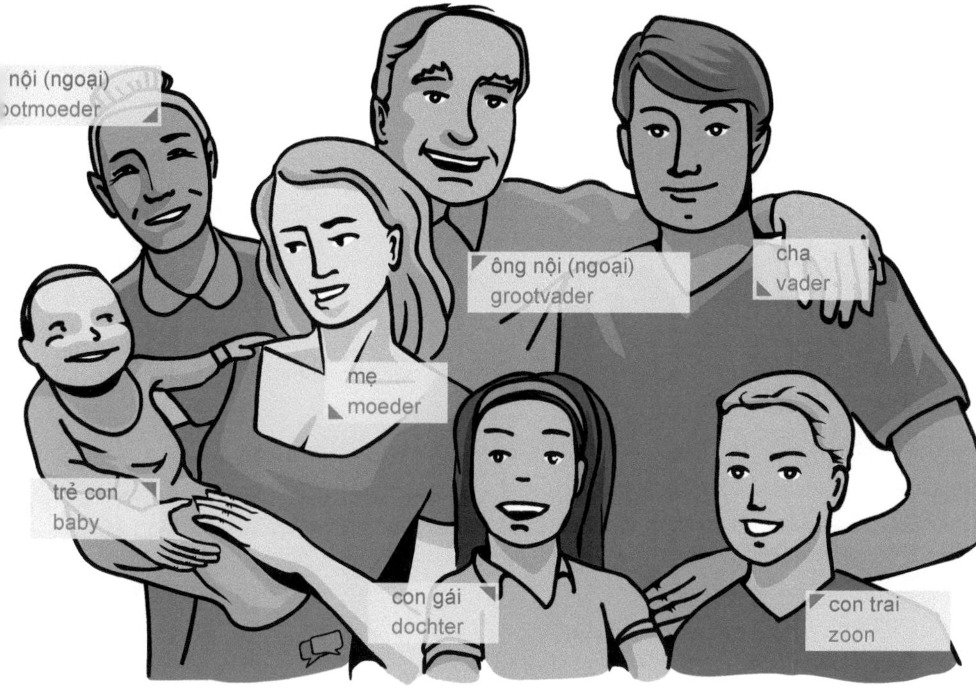
nội (ngoại)
otmoeder
ông nội (ngoại)
grootvader
cha
vader
mẹ
moeder
trẻ con
baby
con gái
dochter
con trai
zoon

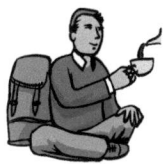

khách
gast

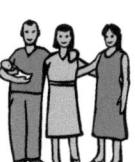

cô (dì)
tante

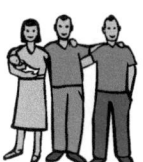

chú, bác (cậu)
oom

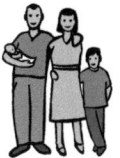

anh (em) trai
broer

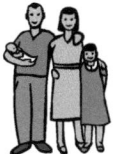

chị (em) gái
zus

cơ thể

lichaam

trán
voorhoofd
mắt
oog
vai
schouder
ngón tay
vinger
mặt
gezicht
cằm
kin
bàn tay
hand
chân
been
ngực
borst
cánh tay
arm

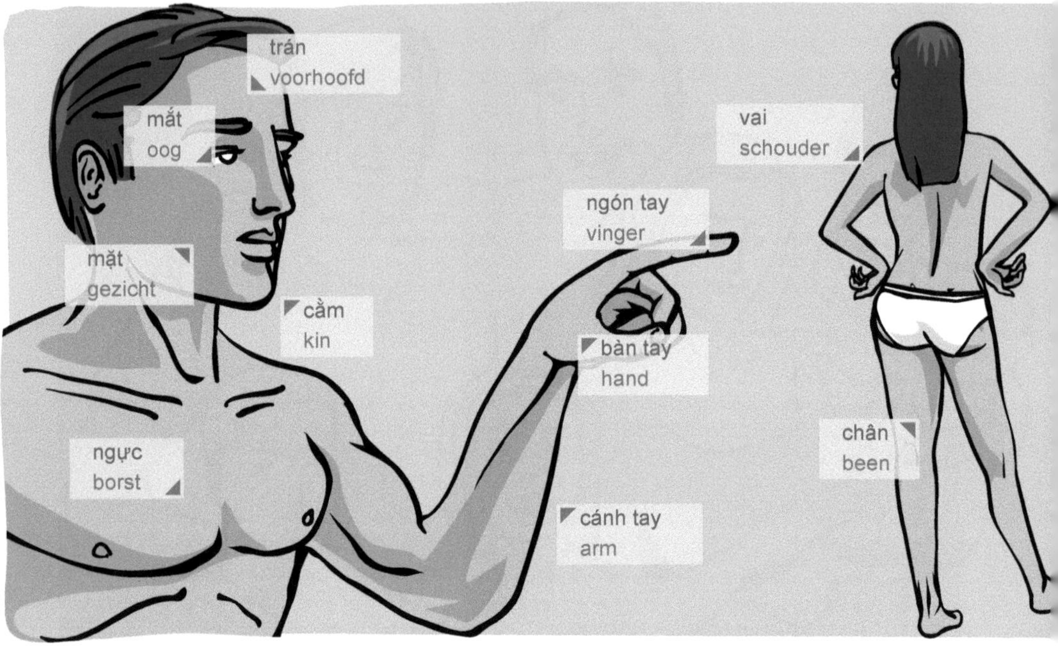

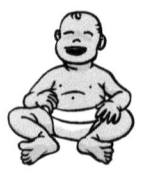

trẻ con

baby

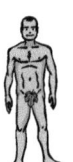

đàn ông

man

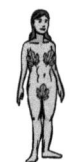

phụ nữ

vrouw

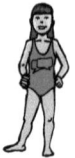

bé gái

meisje

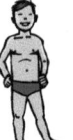

bé trai

jongen

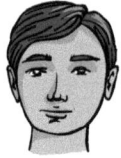

đầu

hoofd

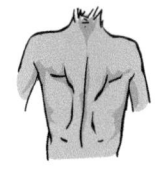

lưng
rug

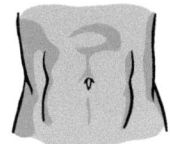

bụng
buik

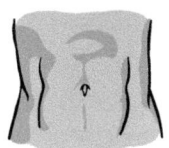

rốn
navel

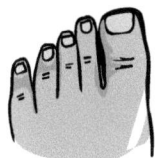

ngón chân
teen

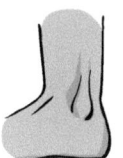

gót chân
hiel

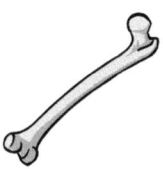

xương
bot

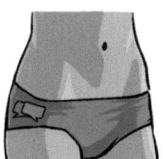

hông
heup

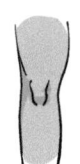

đầu gối
knie

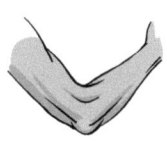

khuỷu tay
elleboog

mũi
neus

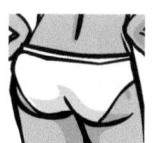

mông
zitvlak

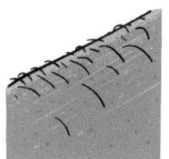

da
huid

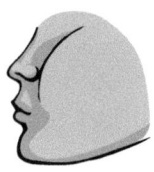

má
wang

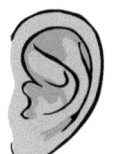

tai
oor

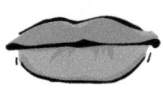

môi
lip

miệng

mond

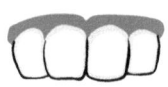

răng

tand

lưỡi

tong

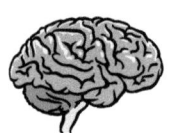

não

hersenen

tim

hart

cơ bắp

spier

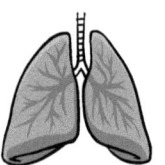

phổi

long

gan

lever

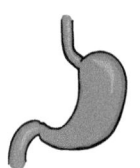

dạ dày

maag

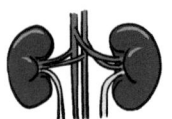

thận

nieren

giao hợp

seks

bao cao su

condoom

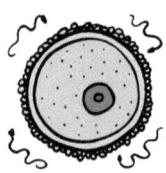

noãn

eicel

tinh dịch

sperma

mang thai

zwangerschap

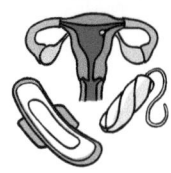

kinh nguyệt

menstruatie

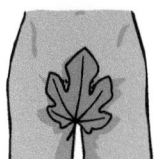

âm vật

vagina

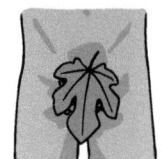

dương vật

penis

lông mày

wenkbrauw

tóc

haar

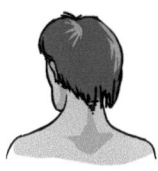

cổ

nek

bệnh viện
ziekenhuis

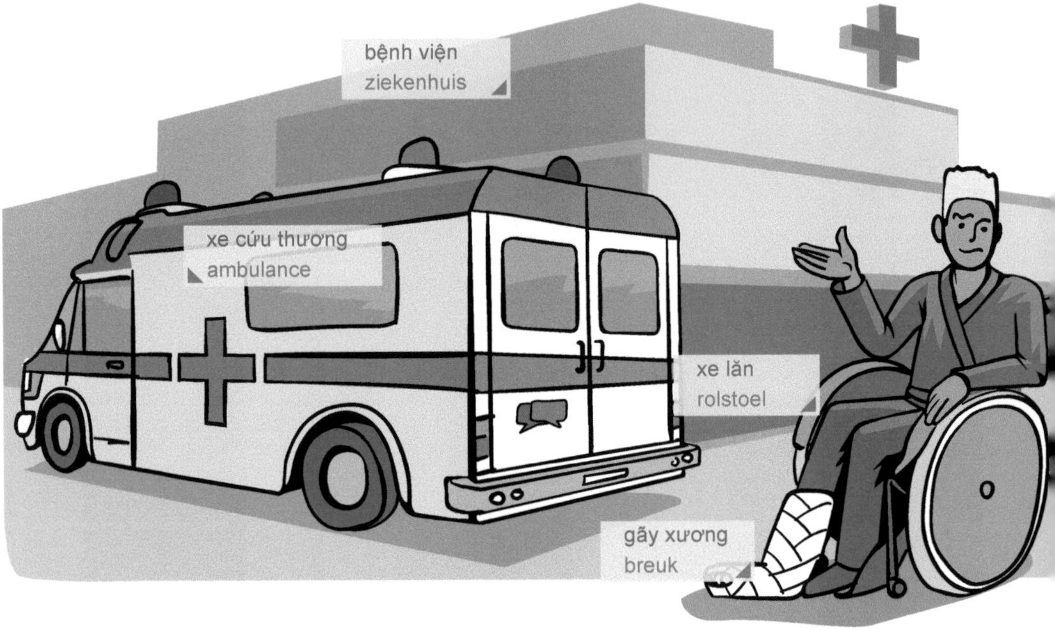

bệnh viện
ziekenhuis
xe cứu thương
ambulance
xe lăn
rolstoel
gãy xương
breuk

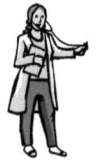

bác sĩ

dokter

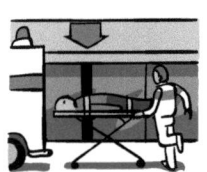

phòng cấp cứu

spoed

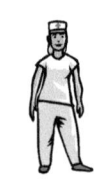

y tá

verpleegkundige

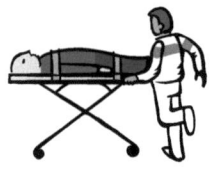

cấp cứu

noodgeval

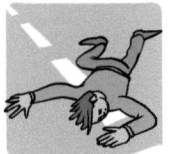

bất tỉnh

bewusteloos

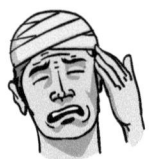

cơn đau

pijn

bị thương

verwonding

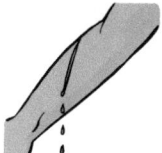

chảy máu

bloeding

nhồi máu cơ tim

hartaanval

đột quỵ

beroerte

dị ứng

allergie

ho

hoest

sốt

koorts

cúm

griep

tiêu chảy

diarree

đau đầu

hoofdpijn

ung thư

kanker

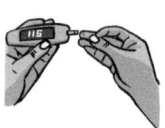

bệnh tiểu đường

diabetes

bác sĩ phẫu thuật

chirurg

dao mổ

scalpel

giải phẫu

operatie

chụp cắt lớp
CT

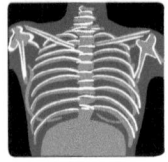

chụp x-quang
röntgenstraal

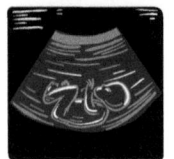

siêu âm
ultrageluid

mặt nạ
gezichtsmasker

bệnh
ziekte

phòng đợi
wachtkamer

cái nạng
kruk

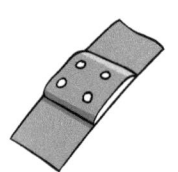

băng dán vết thương
pleister

băng bó
verband

tiêm thuốc
injectie

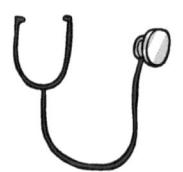

ống nghe khám bệnh
stethoscoop

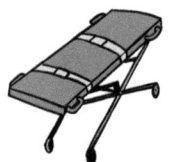

băng ca
brancard

nhiệt kế
thermometer

sinh đẻ
geboorte

thừa cân
overgewicht

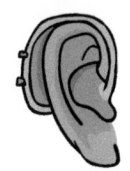

máy trợ thính

hoorapparaat

chất khử trùng

ontsmettingsmiddel

nhiễm trùng

infectie

vi rút

virus

HIV / AIDS

HIV / AIDS

thuốc

medicijn

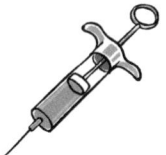

tiêm chủng

vaccinatie

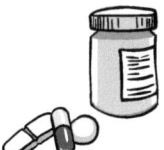

thuốc viên

tabletten

viên thuốc

pil

gọi cấp cứu

noodoproep

máy đo huyết áp

bloeddrukmeter

bệnh / khỏe mạnh

ziek / gezond

cứu!

Help!

báo động

alarm

cuộc đột kích

overval

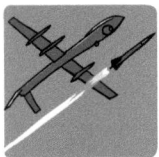

sự tấn công

aanval

mối nguy hiểm

gevaar

lối thoát hiểm

nooduitgang

cháy!

Brand!

bình chữa cháy

brandblusser

tai nạn

ongeval

bộ dụng cụ sơ cứu

EHBO-kit

SOS

SOS

cảnh sát

politie

châu Âu

Europa

Bắc Mỹ

Noord-Amerika

Nam Mỹ

Zuid-Amerika

châu Phi

Afrika

châu Á

Azië

châu Úc

Australië

Đại Tây Dương

Atlantische Oceaan

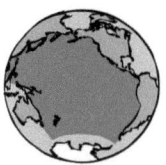

Thái Bình Dương

Stille Oceaan

Ấn Độ Dương

Indische Oceaan

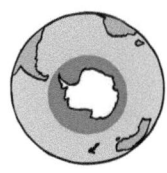

Nam Cực Dương

Antarctische Oceaan

Bắc Băng Dương

Arctische Oceaan

bắc cực

Noordpool

nam cực

Zuidpool

nam cực

Antarctica

trái đất

aarde

đất liền

land

biển

zee

đảo

eiland

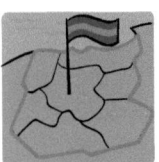

quốc gia

natie

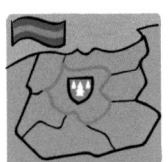

nhà nước

staat

mặt đồng hồ

wijzerplaat

kim chỉ giờ

uurwijzer

kim chỉ phút

minuutwijzer

kim chỉ giây

secondewijzer

Bây giờ là mấy giờ?

Hoe laat is het?

ngày

dag

thời gian

tijd

bây giờ

nu

đồng hồ điện tử

digitale horloge

phút

minuut

giờ

uur

tuần lễ
week

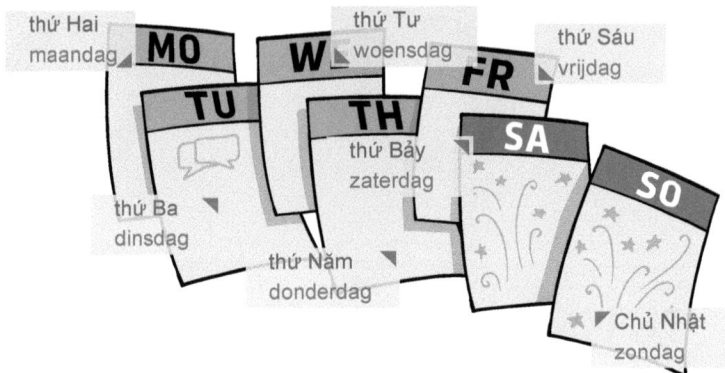

thứ Hai maandag

thứ Tư woensdag

thứ Sáu vrijdag

thứ Ba dinsdag

thứ Bảy zaterdag

thứ Năm donderdag

Chủ Nhật zondag

hôm qua
gisteren

hôm nay
vandaag

ngày mai
morgen

buổi sáng
ochtend

buổi trưa
middag

buổi tối
avond

MO	TU	WE	TH	FR	SA	SU
1	2	3	4	5	6	7
8	9	10	11	12	13	14
15	16	17	18	19	20	21
22	23	24	25	26	27	28
29	30	31	1	2	3	4

ngày làm việc
werkdagen

MO	TU	WE	TH	FR	SA	SU
1	2	3	4	5	6	7
8	9	10	11	12	13	14
15	16	17	18	19	20	21
22	23	24	25	26	27	28
29	30	31	1	2	3	4

cuối tuần
weekend

năm
jaar

cầu vồng
regenboog
mưa
regen
tuyết
sneeuw
gió
wind
mùa xuân
lente
mùa thu
herfst
mùa hè
zomer
mùa đông
winter

4.APRIL 11°
5.APRIL 4°
6.APRIL 13°
7.APRIL 8°
8.APRIL 10°

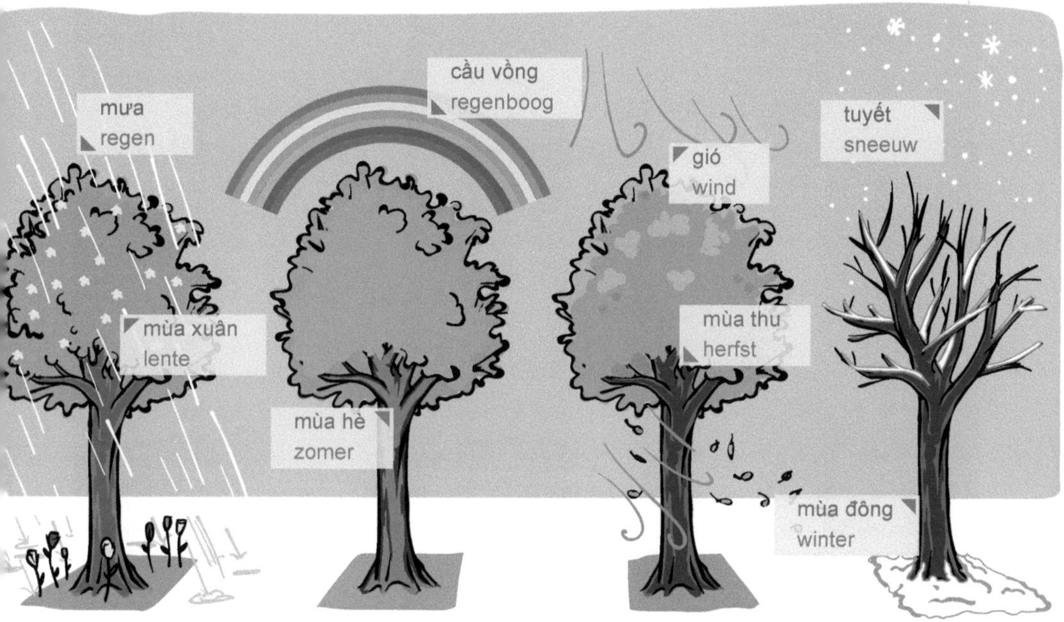

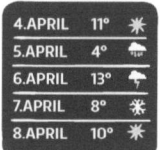

dự báo thời tiết

weervoorspelling

F
C
120
90
60
30
0
-30
40
30
20
10
0
-10
-20

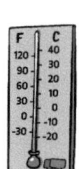

nhiệt kế

thermometer

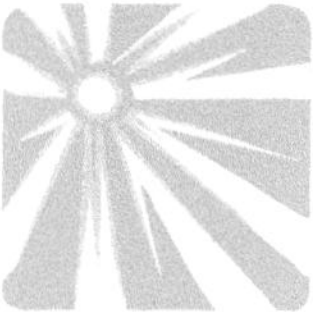

ánh nắng

zonneschijn

mây

wolk

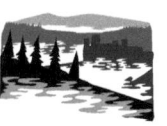

sương mù

mist

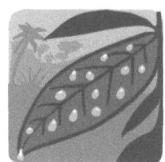

độ ẩm không khí

vochtigheid

tia chớp

bliksem

sấm sét

donder

cơn bão

storm

mưa đá

hagel

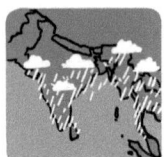

gió mùa

moesson

lũ lụt

overstroming

nước đá

ijs

tháng Một

januari

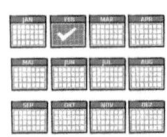

tháng Hai

februari

tháng Ba

maart

tháng Tư

april

tháng Năm

mei

tháng Sáu

juni

tháng Bảy

juli

tháng Tám

augustus

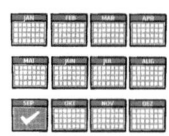

tháng Chín

september

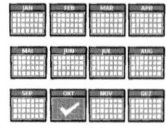

tháng Mười

oktober

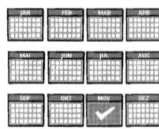

tháng Mười Một

november

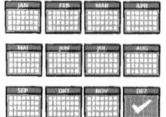

tháng Mười Hai

december

hình dạng
vormen

hình tròn

cirkel

hình vuông

kwadraat

hình chữ nhật

rechthoek

hình tam giác

driehoek

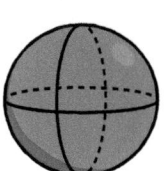

hình cầu

bol

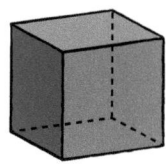

khối vuông

kubus

màu sắc
kleuren

màu trắng

wit

màu vàng

geel

màu cam

oranje

màu hồng

roze

màu đỏ

rood

màu tím

paars

màu xanh dương

blauw

màu xanh lá cây

groen

màu nâu

bruin

màu xám

grijs

màu đen

zwart

nhiều / ít

veel / weinig

tức tối / điềm tĩnh

boos / kalm

xinh đẹp / xấu xí

mooi / lelijk

bắt đầu / kết thúc

begin / einde

to / nhỏ

groot / klein

sáng / tối

licht / donker

nh (em) trai / chị (em) gái

broer / zus

sạch / bẩn

proper / vuil

đủ / thiếu

volledig / onvolledig

ngày / đêm

dag / nacht

chết / sống

dood / levend

rộng / chật hẹp

breed / smal

ăn được / không ăn được

eetbaar / oneetbaar

ác / tử tế

kwaadaardig / vriendelijk

hào hứng / chán nản

opgewonden / verveeld

béo / gầy

dik / dun

đầu tiên / cuối cùng

eerst / laatst

bạn / thù

vriend / vijand

đầy / rỗng

vol / leeg

cứng / mềm

hard / zacht

nặng / nhẹ

zwaar / licht

đói / khát

honger / dorst

bệnh / khỏe mạnh

ziek / gezond

bất hợp pháp / hợp pháp

illegaal / legaal

thông minh / ngu

intelligent / dom

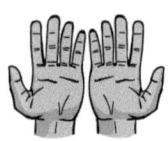

trái / phải

links / rechts

gần / xa

dichtbij / veraf

mới / cũ

nieuw / gebruikt

không có gì cả / có cái gì đó

niets / iets

già / trẻ

oud / jong

bật / tắc

aan / uit

mở / đóng

open / dicht

im lặng / ồn ào

stil / luid

giàu / nghèo

rijk / arm

đúng / sai

juist / fout

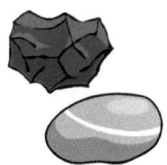

sần sùi / mịn màng

ruw / glad

buồn / vui

droevig / blij

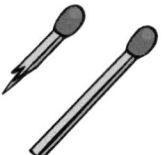

ngắn / dài

kort / lang

chậm / nhanh

traag / snel

ẩm ướt / khô ráo

nat / droog

ấm áp / mát mẻ

warm / koud

chiến tranh / hòa bình

oorlog / vrede

đối lập - tegengestelden

cijfers

0	**1**	**2**
số không	một	hai
nul	één	twee
3	**4**	**5**
ba	bốn	năm
drie	vier	vijf
6	**7**	**8**
sáu	bảy	tám
zes	zeven	acht
9	**10**	**11**
chín	mười	mười một
negen	tien	elf

12

mười hai

twaalf

13

mười ba

dertien

14

mười bốn

veertien

15

mười lăm

vijftien

16

mười sáu

zestien

17

mười bảy

zeventien

18

mười tám

achtien

19

mười chín

negentien

20

hai mươi

twintig

100

một trăm

honderd

1.000

một ngàn

duizend

1.000.000

một triệu

miljoen

tiếng Anh

Engels

tiếng Anh Mỹ

Amerikaans Engels

tiếng Quan Thoại

Chinees (Mandarijn)

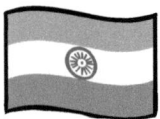

tiếng Hin-di

Hindi

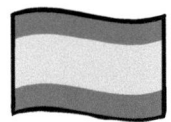

tiếng Tây Ban Nha

Spaans

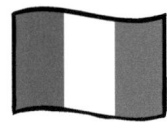

tiếng Pháp

Frans

tiếng Ả-rập

Arabisch

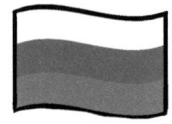

tiếng Nga

Russisch

tiếng Bồ Đào Nha

Portugees

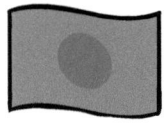

tiếng Bengal

Bengali

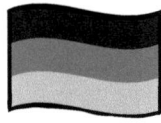

tiếng Đức

Duits

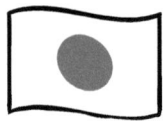

tiếng Nhật

Japans

tôi
ik

bạn
u

anh ta / cô ta / nó
hij / zij / het

chúng tôi
wij

các bạn
u

họ
ze

ai?
wie?

cái gì?
wat?

như thế nào?
hoe?

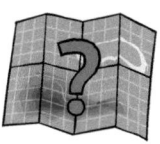

ở đâu?
waar?

lúc nào?
wanneer?

tên
naam

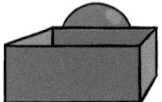

phía sau

achter

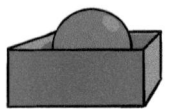

ở trong

in

phía trước

voor

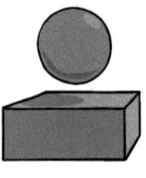

phía trên

boven

ở trên

op

ở dưới

onder

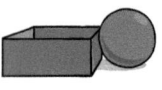

bên cạnh

naast

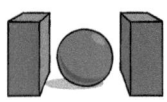

ở giữa

tussen

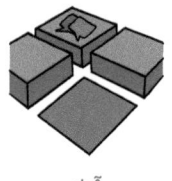

chỗ

plaats